சொற்களால் புனையப்பட்ட பாக்கள்

பதிப்பகம்

Sorkalal Punaiyappatta Paakkal

Edited by Piramuammal

Copyright ©

Piramuammal - POETRY WORLD ORG 2021

ISBN (Paperback) - **9789390724185**

First Edition : 2021

Book Design by POETRY WORLD

சொற்களால் புனையப்பட்ட பாக்கள்

தலைமை தொகுப்பாளர்

பார்கவி சிவபிரகாஷ்

தொகுப்பாளர்

பிரமுஅம்மாள்.S

சொற்களால் புனையப்பட்ட பாக்கள்

அழகாக புதிதாக மலர்ந்த மலர்களாக

தோற்றமளிக்கும் சொற்களை இணைத்து அழகிய

மாலையாக உருவாகிய கவிதைத் தொகுப்பே

இந்த சொற்களால் புனையப்பட்ட பாக்கள் கவிதைத்

தொகுப்பு...

தலைமை தொகுப்பாளர்

இவள் திருமதி.பார்கவி சிவபிரகாஷ், மஞ்சள் மாநகரமான ஈரோட்டை சேர்ந்தவள். இவள் புனைப்பெயர் "கவியின் கவிதை". கணிதவியல் முதுகலை பட்டம் முடித்தவள். இன்று தன் கனவுகளை முழு மனதோடு ஆர்வமாய் பின் தொடர்கிறாள்.

தனது இன்ஸ்டாகிராம் பக்கத்தில் (*@kaviyinkavithai*) ஏறத்தாழ *2500*க்கும் மேற்பட்ட குறுங்கவிதைகள், நீள்கவிதைகள் பல புனைந்துள்ளார். *Spectrum of thoughts*ல் இணை எழுத்தாளராகவும், தன் முதல் கவிதை திரட்டான *"Enticement of fondness/*காதலின் தாகங்கள்*"* தொகுத்துள்ளார். இப்பொழுது *Poetry World Organisation*ல் தலைமை தொகுப்பாளராய் பல கவிதை திரட்டினை வழங்கி வருகிறார்.

யாரோ நீ

அந்நியமாய்
அறிமுகமானாய்..
ஆழமாய்
ஆலோசித்தாய்..
இன்பமாய்
இம்சித்தாய்
ஈடிகையால்
ஈர்த்தாய்..
உன்னதமான
உறவானாய்..
ஊக்கமளிக்கும்
ஊற்றானாய்..
என்னவனின்றி
எனக்கானவனானாய்..
ஏழு பிறவிக்கும்
ஏற்றமானாய்..
ஐயமின்றி
ஐயக்கிமானாய்..
ஒய்யாரமாய்
ஒருவுதலானாய்...
ஓர் நொடியில்
ஓவியனானாய்...

கவியின் கவிதை

தொகுப்பாளர்

இவர் பெயர் பிரமுஅம்மாள். இவர் இளநிலை ஆங்கிலம் பயில்பவர். பயில்வது ஆங்கிலமாக இருந்தாலும்கூட தன் தாய் மொழியான தமிழ் மீது நீங்காப் பற்றுக் கொண்டவர். கவிதையின் மீது அத்த காதல் கொண்டவர் ஆவார்.

சொற்களால் புனையப்பட்ட பாமாலை

பல்லுயிர் நிறைந்த

பரந்த உலகில்

பல்சுவை மிகுந்த

பாரத நிலத்தில்

நேசிக்க பல

சுவாசிக்க பல

யோசிக்க பல

யாசிக்க பல

இப்பெருமை மிக்க

இந்த உலகில்

இனிமை உலகில்

ஒவ்வொரு சொற்களாய்

ஒய்யாரமான சொற்களாய்

ஒவ்வொன்றாய் தேர்ந்தெடுத்து

ஒழுங்காக புனையப்பட்ட

அழகான பாமாலை

சொற்களால் புனையப்பட்ட பாமாலை..

- ஜெயஸ்ரீ

உள்ளடக்கம்

அப்பாவின் அன்பு...................................... 17

    விக்னேஷ் 17

அமைதி 18

    கற்றது தமிழ் சீனு 18

அவள் ஒரு ஆத்திச்சூழ............................... 19

    கிளைக்ஷன்....................................... 19

அவள் காதலி 20

    பொன்.கலையரசன் 20

அன்பு சகோ.. 21

    நெல்லையப்பராஜா............................. 21

ஆணாகிய கவிதை 22

    இந்துஜா 22

ஆண் பெண் நட்பு 23

    King tom 23

இதயம்... 24

    பால சுரேஷ் 24

இயற்கை 25

    வினோத் 25

இரக்கமில்லா இரவே 26

    அபிபாலன்.. 26

இருளை மறைத்த வெளிச்சங்கள்................. 27

    மு.முத்துக்குமார்................................. 27

உழைப்பே வெல்லும் 28

   ஹரிணி 28

எதார்த்தம் 29

   Andy 29

எனக்கானவளே 30

   Vaisak 30

என்னை செல்ல மகளே 31

   பூரணி 31

என்னவனை எண்ணியே 32

   தேவகி 32

காதலுடன் நான் 33

   AKSHAY 33

காதல் கவிதை 34

   Birthows 34

காதல் கவிதை 35

   கோபிநாத் 35

சுயயடம் 36

   தேன்மொழி 36

தனிமை 37

   ஸ்ரீ நிதி தனசேகரன் 37

தனிமை 38

   சூர்யா 38

தனிமையின் சிறை 39

   மல்லிகா 39

தாய்மை 40

   பீர் முகமது 40

நம்பிக்கை 41

   ஹரிசுதா 41

நிராகரிக்கப்பட்ட கலைஞன் 42

   கோபிகா 42

நீ வருவாய் என 43

   செல்லா 43

நேசி 44

   க.வளர்மதி 44

பள்ளி நட்பு 45

   ஆதி 45

பறவையின் சிறகு 46

   சூரியா சிவன் 46

பிச்சைக்காரி 47

   முகில் வண்ணன் 47

புத்தகம் 48

   கற்பகலெட்சுமி 48

புன்னகை சிந்துங்கள் 49

   மணிகண்டன் 49

பெண்ணின் மீது கொண்ட காதல் 50

   முரளி 50

பெண்மையின் மனம் 51

   மஞ்சுளா 51

மழை 52

   நித்யஸ்ரீ 52

மௌனத்தின் மொழி 53

   பாரத்தி 53

மனிதம் 54

   பேராச்சி செல்வி... 54

வரமாய் வந்தாய் 55

   Harsath.. 55

வளமான இயற்கை 56

   கவிஞர் நா.ப. மணிகண்டன்................................... 56

வள்ளுவமே நம் மறை 57

   மிஜினா.. 57

விடுதி நினைவு... 58

   அப்சல் அகமது.. 58

அன்னையின் அரவணைப்பு 59

   Jeyaprakash 59

இப்படியும் காதலிக்க ஆசைதான்................................ 60

   இராஜவேல் 60

இயல்புக்கு வந்துவிட்டேன் 61

   காரத்திக் 61

கண்மணி 62

   சந்தோஷ் 62

கற்பு 63

   கி.ரா. அபிநயா (பாரதிமகள்) 63

காதல் 64

   கோகுல சிரஞ்சீவி 64

காமப்பசி 65

   தமிழ் 65

கிராமம் 66

   சரிதா 66

திண்ணிய நெஞ்சம் கொள் 67

   கவிஞர்.நிழல். மே.மு.மணிமாறன 67

நெஞ்சு பொறுக்குதில்லையே 68

   ராமர் முருகேசன் 68

பத்து மாதம் படும் பாடு 69

   உதய குமாரன் 69

மகன் தந்தை பரிசு 70

   அரகரசுதன் 70

மரம் 71

   மேனகா தேவன் 71

அப்பாவின் அன்பு

நிகர் ஒன்று இருந்தால் தானே

எடை போட முடியும்

இந்த உறவே

அவரை போல் நான்

என்று சொல்லும் போது

வரும் கர்வம்

என்னவென்று சொல்வேன்

முன்னால் சிரித்து விட்டு

பின்னால் தீட்டு பேசும் மனிதர்கள்

பலர் இருக்க இவர் மட்டும்

முன்னால் கோபம் கொண்டு பின்னால்

என் பிள்ளை போல் இங்கே

யாருமில்லை என்று மார்தட்டிக் கொள்ளும்

குணம் அவனிடம் மட்டுமே

நான் கண்டேன் என் வாழ்வில்

உலா வரும் தெய்வம்

என்னிடம் கோரிக்கை வைக்கிறதே

என் அப்பாவின் தோளில்

ஒருமுறையாவது அமர்ந்திட....

விக்னேஷ்

அமைதி

அன்பு செலுத்தும்

ஆறு அறிந்தும்

அன்னை பூமியில்

ஆயுதங்கள் ஏனோ?

அண்டம் காக்க

ஆயுதம் விடுத்து

அன்னம் பகிர்ந்து

ஆனந்தம் பெறலாமே

                     கற்றது தமிழ் சீனு

அவள் ஒரு ஆத்திச்சூடி

அழகில் அவள் ஒரு

ஆடை அணிந்த நிலா

இமைகள் இரண்டால்

ஈர்க்கும் மாயவள்

உதடுகளிரண்டும் தேன்

ஊறும் மலர்கள்

எந்தன் கொடிய

ஏகாந்தத்தைத் தீர்க்க

ஐம்பொன்னாலே செய்து

ஒற்றை மலரைச்சூட்டி

ஓவியமான அவளை

ஔடதமாய் அனுப்பினானோ?

அஃகமாய் அவளைப் படைத்த இறைவன்!

ஔடதம்-மருந்து, அஃகம்-முறைமை

கிளைக்ஷன்

அவள் காதலி

தாக்கும் கண்கள் அவள் பார்வையால்

பூக்கும் பூக்கள் அவள் பூத்ததால்

எங்கும் தேன்கள் அவள் இதழால்

சுவைக்கும் தேனீக்கள் அவள் கிடைத்தால்

கத்தும் பறைகள் அவள் ஏற்றால்

எழுத்தும் உளறும் அவள் பேசினால்

மறக்கும் பாடங்கள் அவள் நினைவால்

மனப்பாடம் ஆகும் அவள் புத்தகம் என்றால்

துரத்தும் தூரல்கள் அவள் தாகத்தால்

அடங்கும் தாகம் அவள் அருந்தினால்

அடிக்கும் அடைமழைகள் அவள் நெருக்கத்தால்

வேர்க்கும் பொம்மைக்கு அவள் பக்கத்தால்

தவிக்கும் தாமரை அவள் மோகத்தால்

விளக்கும் எரியும் அவள் கூச்சத்தால்

ஈர்க்கும் உடல்கள் அவள் உவமையால்

துவங்கும் வாழ்க்கை அவள் பங்களித்தால்

பொன்.கலையரசன்

அன்பு சகோ...

அன்பு சகோ..

முகம் பார்த்த நாள் குறைவு

ஒன்றாக நாம் கழித்த நாட்கள் குறைவு

சட்டைக்கு தான் சண்டை அதிகம் இங்கு

அடிக்கும் கைதான் அணைக்கும் என்பது உனக்குத்

தானடா....

வீண் வம்பு செய்தேன் உன்னிடம்

விட்டுத்தந்ததில்லை என்னை மற்றவரிடம்....

உன் தவறை சரி செய்ய

தள்ளி விட்டாயே என்னை அப்பாவிடம்

ஞாபகம் வருகிறதா அந்த நாட்கள்?

இன்று அப்பாவிற்கே தோள்தர சென்றுவிட்டாயே கடல்

தாண்டி...

வாழ வேண்டிய வயதைத் துறந்து

வருமானம் தேடிப்பறந்தாய் விமானம்ஏறி

இப்போது புரிகிறது உன்

பாசமும் பொறுப்பும்.

நெல்லையப்பராஜா

ஆணாகிய கவிதை

கருவானத்தில் உன் முகம் தெரியுதடா!

கண்ணுறங்கும் கனநேரம் கண்ணாமூச்சி உன்னுடன்...

தட்டானும் தாயின் தாலாட்டு கேட்குதடா!

தீரனே உன் குரலில் வெண்பா தொடுத்தாயோ!

இது சொற்களால் தொடுத்த பாவடா!

ஊன் உயிர் உருகிய நாவடா!

ஆண் மாறன் நீயடா ...

மான் கூட்டம் நானடா!

மயக்கமா சின்னத்தயக்கமா துரத்தாதேடா!

கள்வனாய் என் மனதில் நுழைந்தாயடா!

இதயத்தை இரண்டாகப் பிளந்தாயடா!

உன் காதலின் தேவையை விதைத்தாயடா!

விண்வெளியில் விண்மீன் பிடித்தாயடா!

கனவு காதலில் நீயடா! கண்ணீர் நிழல் நானடா!

கண்ணுக்குள் பொத்திவைப்பேன் அடடா!

கனவுக் காதலியாக காத்திருப்பேனடா!

இந்துஜா

ஆண் பெண் நட்பு

பல்வேறு உயிரிகள் வாழும்

புண்ணித உலகில்

ஒரு உயிரிக்கு மட்டும்

பல்வேறு கட்டளைகள்

ஆம் மனிதனுக்கு மட்டும்

பலவித கட்டுப்பாடுகள்

ஆண் என்ற பாலினமும்

பெண் என்ற பாலினமும்

வாழும் இந்த

உன்னத உலகில்

இரு பாலினத்தின்

நட்பை மட்டும்

புரிந்து கொள்ள

ஒருவரும் இல்லை

ஆனால்

இகழ்ந்து பேச

ஊரே வருகிறது

காதல் வேறு-அதில்

ஆண் பெண் நட்பு

என்றும் சிறப்பே..

King tom

இதயம்

கதவு தட்டும் போது
எல்லாம் திறக்கிறேன்
நான் என்னை பார்க்க..
நீ அருகில் இருந்த போது கடவுள் படைத்த உலகம்...
நீ போன பின்பு
சாத்தான் கைக்கு
போய் விடுகிறதே...!
நீ கதவு தட்டும் போது
எல்லாம் திறக்கிறேன்
நான்..
என்னை பார்க்க..!
என்
கல்லறை மேல் கட்டிய
கோவில் போல்...
உன்
இதயத்தில் கட்டுகிறேன்
காதலை...!
உன் மேலிருந்து
விழும் ஸ்டிக்கர் பொட்டு
எனக்கு கீழிருந்து கிடைத்த
புதையல்...!

பால சுரேஷ்

இயற்கை

எத்தனை அழகுகள்

எண்ணமுடியாத அதிசயங்கள்

என்னதான் தரவில்லை

இந்த இயற்கை நமக்கு

நாம் எதை தந்தோம்

இந்த இயற்கைக்கு

மரத்தை வெட்டினோம்

வறட்சியில் வீழ்ந்தோம்

விலங்குகளை அழித்தோம்

இயற்கை சீற்றத்தால் மடிந்தோம்

காடுகளை ஒழித்தோம்

விலங்குகள் நம்மோடு வாழ்ந்தன

நாம் இயற்கைக்கு செய்யும்

ஒரு அழிவுக்கு

இயற்கை நமக்கு செய்வது

ஊரே அழிக்கின்றது

நாம் இயற்கையை நேசிப்போம்

அது நம்மை நேசிக்கும்

வினோத்

இரக்கமில்லா இரவே

ராத்திரி என்பது ரகசியமே..என்

ரசனைக்கு அது அவசியமே!

எழுதிய கவியெல்லாம் இரவு.. இது

கவிதையின் நெருங்கிய உறவு!

கற்பனைக்கு எடுக்கும் நிலவே..

காதலில் வரும் கனவே...

எல்லாம் இரவே!

பூக்கள் வாடும் நேரம்..

அவளை தேடும் மோகம்..

இனிய இரவே!

சத்தமில்லா உன் பாட்டு...காற்றில்

கேட்கும் தாலாட்டு!

விடியும்போது உனை தேடும்.. விழி

அபிபாலன்

இருளை மறைத்த வெளிச்சங்கள்

பட்டாசு.....
உலோகக் கலவைகள் ஒருங்கிணைந்த பெட்டகம்.....
கரி நிறைந்த கார்பன் கட்டமைப்பு.....
வெடித்தால் புகை.....
சுவாசித்தால் பகை.....
வருடம் முழுவதும்
வண்டிகள் வெளிவிடும் புகை
பட்டாசின் பங்கைவிடப்
பல மடங்கு அதிகம்.....
காற்று மாசினைக் கைகாட்டி வாகனங்களுக்குத் தடை
வந்ததா.....?
உயிர் குடிக்கும் பட்டாசு
உயிர் வளர்க்கும் வித்தை
உங்களுக்குத் தெரியுமா.....?
உற்பத்தியிலும் சுறுசுறுப்பிலும்
சிறந்து விளங்கும் சிவகாசி
குட்டி ஜப்பான் அல்ல.....!
கோடி ஜப்பான்.....!!
வெடித்துச் சிதறிய
பட்டாசுத் தொழிலாளர்களின்
இருள் நிறைந்த வாழ்க்கையினை வெளிச்சத்தால்
மறைக்கின்றன.....!!
விவரமறிந்த ஊடகங்கள்.....!

மு.முத்துக்குமார்

உழைப்பே வெல்லும்

மழை-
வறட்சியை வெல்லும்
மரம்-
வெப்பத்தை வெல்லும்
மனிதநேயம்-
இயற்கை பேரிடரை வெல்லும்
முயற்சி-
சோம்பலை வெல்லும்
நம்பிக்கை-
தோல்வியை வெல்லும்
நகைச்சுவை-
சோகத்தை வெல்லும்
நூல் வாசிப்பு-
அறியாமையை வெல்லும்
எழுதுகோல்-
தீமையை வெல்லும்
ஒற்றுமை-
பகைமையை வெல்லும்
உழைப்பு-
வறுமையை வெல்லும்
உழைப்போம்-
வளமுடன் வாழ்வோம்.

ஹரிணி

எதார்த்தம்

உதிர்ந்த சிறகுகள்
மெலிதாய் நிலம்
தொடும் காலம்
முடிவினை அணுகியது.
என் ஜன்னல்
சூடிய சிலந்தி
வலைகள் கூட
கலைக்கப்பட்டுவிட்டது.
வேறு உலகம் சில தோல்விகளை
ஏற்றுக்கொள்ள வேண்டி
பிரத்தனைகள் செய்கிறேன்
இப்பொதெல்லாம்
எந்தவொரு நறுமணமும்
என் அறையில்
பரவுவதில்லை.
சில, இரைச்சல்
வேறொரு ஒலி
என் காதுகளில்
மட்டுமே கேட்கிறது.
இன்னும் ஏன் உலகம் இந்த
புதிர்களை அவிழ்க்கவில்லை.
வெகுகாலம் கூட நகரலாம்,
அதுவரை பழைய
இசையில் சில சாரல்
கொண்டு நனந்திருப்பேன்...

Andy

எனக்கானவளே

நான் பிடுங்க நினைத்திடாத

ரோஜா அவள்

என் காதலைக்

கொட்டித்தீர்க்க அவள் வேண்டும்,

என் கோபக்கோட்டையை

உடைத்தெறிய அவள் வேண்டும்,

விவாதமே இல்லாமல் விழிகளில்

விழ அவள் வேண்டும்,

என் கண்ணீரை

கட்டியணைத்திட அவள் வேண்டும்,

காதலும் கல்யாணமும்

அவளின்றி உயிர் பெறாது

இக்கவியும் கற்பனையும் அவள்

வரும்வரை அவளுக்கு தெரியாது...!!

Vaisak

என்னை செல்ல மகளே

ஒத்த பொண்ணா பொறந்தாயே

செல்லமாத்தான் வளர்ந்தாயே

எட்டெட்டா நீ நடக்க

கள்ளப் பார்வை நான் பார்க்க

செல்ல சண்டை நீ போட

பெருமையாத்தான் சிரிச்சேனே

தம்பியும் தகப்பனா தான் மாற

குழந்தை போல இருந்தவளே

பொறுமைக்குப் பொருளா நீ மாற

பொறுப்பு தான் வந்ததெப்போ

புடவ கட்டி பக்குவமா நீ நடக்க

கண்ணுபடுமேனு நான் தவிக்க

அரண்மனைக்கு இராணியோ

சொர்க்கத்தின் தேவதையோ

அழகனின் அழகியோ

என் செல்ல மகளே..

பூரணி

என்னவனை எண்ணியே

முதல் காதல்

முற்றிலும் மோதல்;

அதனாலோ என்னவோ

அவனை கண்டதும்,

என் நெஞ்சில்

பட பட வென்று சாரல்...

காதலிக்க மனமில்லை

கள்வன் அவன் காணும் முன்னே...

கண்கள் அவனை கண்டவுடன்!!!

காதல் மனம் களவு போனது...

என்னவனின் வாழ்க்கை சிறைக்குள் ...

அகப்பட்டு விட்டேன் காதல் கைதியாக...

கடவுள் எனும் காவலரிடம்

ஏழுபந்த ஆயுள்தண்டனையைக்

கடனாகக் கேட்கின்றேன்!!!

அதற்கு வட்டியாக

எங்கள்

காதல் சின்னத்தை

பரிசாக அளிக்கின்றேன்!

தேவகி

காதலுடன் நான்

தினம் என்னை சுடும்

உன் நினைவுகள்

தழும்பு மாறா காயங்கள்

கண்ணோரம் வடியும் ஈரம்

உன் கதை பேசும்..

என் மனதும்

உன்னை குரலில் பேசி

கண்கட்டி விளையாடும்

பொய்முகமொன்றால் மூடி

கண்ணீரை மறைக்கின்றேன்

என் அவளே..

மறவாதே மனைவியே....

நானும் மறவேன்

AKSHAY

காதல் கவிதை

ரோஜா வாக நீ இருந்தால்

அதில் குத்தும் முள்ளாக நான் இருப்பேன்...

உன்னை தொடுவதற்கு அல்ல!!...

உன்னை யாரும் தொடாமல்

இருக்க வேண்டும் என்பதற்காக!!!....

காதல் என்பது ருசிப்பது அல்ல

மனதால் இரசிப்பது..

நான் இரசித்த

அனுபவம் கற்றேன்

உன்னை இரசித்த

அந்நொடி....

Birthows

காதல் கவிதை

காதல் என்ற
மூன்று தமிழ் எழுத்துக்களையே
முத்தமிழுக்கும் மேலாக நினைத்து
பூரிப்பவன் நான்.
காதலி அருமை காதலிப்பவர்களுக்கே புரியும்
உன்னை காதலித்து
அந்த மகத்துவத்தை அடைந்தவன் நான்.
நீ கனவுகன்னியின்
மொத்த ரூபமாகவும் இருக்கிறாய்
கனவில் கண்டதை விட தத்ரூபமாக இருக்கிறாய்
உன்னை கண்டுபிடிப்பதற்காகவே வெண்மேகங்களும்
ஆகாயத்தில் அங்குமிங்கும் சுற்றிதிரிகிறது.
உன்னை தன்னுள் பிரதிபலிப்பதபற்காகவே
கருமேகங்களும்
சிறுதுளியாக செம்மண்ணை அடைகிறது
உன் வருகையை எதிர்நோக்கி
என் இரு விழிகளையும்
ஸ்தம்பிக்க செய்தவளும் நீ தான்.
உன் வருகையை வைத்து
என் இரு விழிகளையும்
பிரமிக்க செய்தவளும் நீ தான்
உன்னை பார்த்த கணப்பொழுதில்
அகத்தில் வலி இருந்தும்
வழியற்றவனாக உணர்ந்தேன்.

கோபிநாத்

சுயபடம்

பல கதைகளைக் கதைத்தும்,

பல இடங்களைக் கண்டு வியந்தும்,

காவியங்களில் கூட காணக்கிடைக்காத

சில நினைவுகள் சுமந்தும்,

ஓடி ஓடி அலைந்து நடப்புகளைக் கண்டும்,

பொன்னான நாட்களை நினைத்தும்,

நயனம் கண்டு பேசாமல்

காணொளி வழியாக பேசியும்

நரைமுடி தெரிந்தும்,

ஓயாமல் ஓடிய கால்கள் தளர்ந்தும்,

உலகை விட்டு விடைபெறும் காலத்தில் கூட

அரும்பெரும்

புதையலாக நீயும் நானும்...

இணைந்து எடுத்த சுயபடம்

நம்மை நமக்கே அடையாளம் காண்பிக்கின்றன....

தேன்மொழி

தனிமை

தனிமை ஒரு அழகான வரம்!

நாம் தனித்து விடப்படவில்லை

சுதந்திரத்தை உணர்ந்துவிட்டோம்!

பொம்மலாட்ட பொம்மையாய் இல்லாமல்

கலைஞனாக வளர்ந்துவிட்டோம்!

மேகமாய் கரைந்துபோனோம் என்பதல்ல

மழையாய் பூமியில் பொழிந்தோம்!

காட்டில் சிறகொடிந்து திரிகிறோம் என்பதல்ல

சிறகடித்து இயற்கையை ரசிக்கிறோம்!

காற்றில் தொலைந்துவிட்டோம் என்பதல்ல

காற்றலைகளில் கலந்து விட்டோம்!

மனிதத்தை இழந்துவிட்டோம் என்பதல்ல

மனித நேயத்துடன் வாழ்கிறோம்!

வருத்தத்தில் ஆழ்ந்துவிட்டோம் என்பதல்ல

நல்ல தொடக்கத்தை சந்திக்க தயாராகிவிட்டோம்!

பல நாள் போராடி பெற்ற தவமே!.....

ஸ்ரீ நிதி தனசேகரன்

தனிமை

உன்னை சுமக்கும் உன் பூமி தனிமை

தன்னந்தனி பாலைவனத்தில்

ஒற்றை மரம் தனிமை

மாங்கனி கொடுக்கும்

மாமரம் தனிமை

பூச்செண்டு தோட்டத்தில் ஒற்றை ராஜா

முட்களுக்கிடையே சிக்கி தவிப்பது தனிமை

உயிர் எழுத்து 12ம் மெய் எழுத்து 18ம் இருப்பினும்

என் ஆயுத எழுத்து 1 தனிமை

இருள் சூழ்ந்த பகுதியில் ஒற்றை விளக்கு கொடுக்கும்

வெளிச்சம் தனிமை

உடலுக்குள் ஒற்றை

இதயம் தனிமை

இவைகளை சொல்லத் தூண்டியது

என் தனிமை......

சூர்யா

தனிமையின் சிறை

பொம்மைகளோடு பேசி

மரங்களோடு நடந்து

பறவைகளோடு விளையாடி

சிரிக்க நினைக்கும் போது சிரித்து

அழ நினைக்கும் போது அழுது

கவலைகளையும் மகிழ்ச்சியையும்

என்னுள்ளே பூட்டி

தனிமையின் சிறையில்

வாடிக்கொண்டிருக்கிறேன்...

மல்லிகா

தாய்மை

ஈரைந்து மாதம்
      என்னைக் கருவில் சுமந்து
உன் ஊனை
      என் அரியணையாக்கி
என் உருவத்தை
      உன் சிந்தையில் வடித்து
பற்பல வலியும்
      சிற்சில கண்ணீரும்
தாய்மைக்குரிய வரமாய்கொண்டு
      என்னை வெளிக்-கொணர்ந்தாய்
      சேய் அழுது தாய் மகிந்த
அச்சிறு தருனம்
      வானில் தோன்றும்
வானவில்லாய் நீடித்த
      அச்சில நொடிகள்
கடவுள் வரங்கள்
      தரும் கதைகள்
நிஜமென ஏற்க
      என் மனம் மறுத்தது
அக்கதையில் வரும் பாலகனாய்
"உன்னைப் பிரியா வரம்" கேட்க
காத்திருக்கும் இந்த
      மழலை மனது...!

                       பீர் முகமது

நம்பிக்கை

நேசம் வை,

வேஷம் காட்டாதே!!

பாசம் கொள்,

பகைமை கொள்ளாதே!!

அன்பு, என்னும் ஆறுதலை அள்ளிக்கொடு,

ஆனால், பொய்மை என்னும் விஷத்தை

கலந்து விடாதே!!

உண்மையைச் சொல்;

வெண்மையாய் செல்;

எதிரியால் கூட விரும்பப்படுவாய்...,

உன் எண்ணம்போல் நட..

நடப்பவை யாவும் நீ நினைத்தது போலாகும்!!

யாரையும் நாட வேண்டாம்,

உன்னை நீ நம்பினால் மட்டும் போதும்!!

ஹரிசுதா

நிராகரிக்கப்பட்ட கலைஞன்

ஏளனப் பேச்சுக்கு முன்
திறனற்று போகுமா?
ஏழை வீட்டில் பிறந்த திறமை..

கேலிச் சிரிப்புக்கு முன்
செயலிழந்து நிற்குமா?
சாமானிய வீட்டில் தவழ்ந்த பெருமை..

அருமையான கவிஞர்கள் பலர் இருந்தும்
அங்கீகரிக்கும் வாய்ப்புகள் சில கிடைத்தும்
ஆதரவற்று நிற்கின்றனரே!!
நிறம் பார்த்து பேசும் இச்சமூகம்
திறன் படைத்தவருக்கு அளிக்கும்
வெகுமானம் தான் நிராகரிப்போ..!!

பஞ்சத்தால் பட்டினிக் கிடந்தாலும்
பாரில் நிலையாக மலரும்!
இவனது மிளிரும் திறமை வானமாக!!

கோபிகா

நீ வருவாய் என

என்னவளோடு ஆயிரம் ஆயிரம் எண்ணங்கள்.

இதயம் துளைக்கும் தோட்டாக்களாக

இருக்கும் உனது கைப்பேசி செய்திகள்.

நீ வருவாய் என சொல்லும் மனம்.

வருகையை காண காத்திருந்த படியே

விழி மூட மறந்த விழிகள்.

சொல்ல மறந்த வார்த்தைகளை

சொல்லி விட துடிக்கும் இதயம்.

இவைகளோடு

ஆயிரம் ஆயிரம் விளக்குகளோடு இரவும்

இரவோடு நிலவும்

நிலவோடு நானும்

என்னோடு நீயும்

நம்மோடு இந்த பூமியும் பயணிக்கிறது

நீ சொல்ல மறுக்கும் வார்த்தைகளுக்காக

காத்திருந்தவாறே....

செல்லா

நேசி

உருவத்தை விட்டு

உள்ளத்தை நேசி..

வண்ணத்தை விட்டு எண்ணத்தை நேசி...

அழகை விட்டு

அடக்கத்தை நேசி...

வேஷத்தை விட்டு

தேசத்தைநேசி...

கள்ளத்தை விட்டு

கனவை நேசி...

தெரிவை விட்டு

தேடலை நேசி...

மோகத்தை விட்டு

மனதை நேசி...

வேகத்தை விட்டு

விவேகத்தை நேசி..

க.வளர்மதி

பள்ளி நட்பு

வந்தோம்

பள்ளி

என்னும் வீட்டிற்கு

விருந்தினராய்!

பார்த்துக் கொண்டோம்

சிரித்தோம்!!

பகிர்ந்து கொண்டோம்

நினைவுகளை....

ஒரு தாய் பிள்ளை போல்

மகிழ்ந்திருந்தோம்

விடை பெறும் முன்

நினைவு கொள்வோம்

மீண்டும்

சந்திப்போம்

என்று.....!

ஆதி

பறவையின் சிறகு

வண்ண நிறம் வான் களைந்து
        நீல நீளப் பறந்திட சிறகு;
சிறுமை அழகு மேகங் கிழித்து
        கணை மேலே உலகு பார்க்கும்
சந்தமிட்டு உயிர் சொல்லி - உறக்க!
        உருவம் காட்டி உயர வேணும்
கூட்டின் நினைவு தேடித் திரியும்
        பசி வந்தும் மறவா யெண்ணம்
இன்பக் களிநடம் மிளிர்ந்திட ஏங்கும்
        தேவமும் கண்டு இன்புறக் கூடுமோ;
படைப்பில் சமமும் சிறந்த தென்றோ
        நெகிழ்ச்சி பிறந்து ஆறுதல் ஆகுதோ
சுகம் நாளும் கூடி அமைய
        மருளோடு வரியுதோ! பறவையின் சிறகு

                                 சூர்யா சிவன்

பிச்சைக்காரி

அவள்! அயர்ந்து அலையும் கண்கள்

அயராமல் வாடும்தன் பிஞ்சுமகன்

பட்டினியென பிறந்த இவளுக்கு

பாவியெவன் பிள்ளை கொடுத்தோடினானோ!

அருவருப்பானவள் அவள் என முகம்சுளிப்பவர்

இருக்கையில் இவளும் ஒர்தாய்தானே என்று

வயிற்றுக்கு ஒருவேளைகஞ்சியாவது

உணவிடும் உள்ளமுடையவர்களே இவளின்

வாழ்வாதாரம்!

பசியென சீண்டும் பிஞ்சுவை

தோளில் துக்கிக்கொண்டு

தன் காய்ந்த உதட்டால் முத்தமிட்டபடி

ஒர்பங்களாவீட்டு வாசலில்நின்று

பிச்சைகேட்க,வெளியேவந்த ஜமீன்முதலாளி ஏசினாள்

"வந்துட்டா பிச்சைக்காரி"!

முகில் வண்ணன்

புத்தகம்

என்னுள் நீ வருகிறாய்

இந்த உலகை மறக்க

உன்னை வரவேற்கிறேன்!!!

இந்த உலகில் உள்ள பல அற்புதங்களைப் போல,

என்னுள்ளும் அனைத்தும் உண்டு.

என்னுள்ளும் அறுசுவை உண்டு

அதை நாவால் புசிக்க தேவையில்லை,

மனதால் புசிப்பாய்

நான் புதியதோ பழையதோ

என் மணம் உன் மனதை நீங்காது

சிலசமயம் உன் உணர்வுகள்

என் வழியே வெளிவரும்

எனக்கு ஒரே ஒரு பயம் எங்கே

என்னுள் வந்து உன் வாழ்வை நீ மறப்பாயோ என்று

வா இணைந்து வாழ்வோம்

ஏனென்றால் உன் மூலமாகவே நான் வாழ்கிறேன்

உன்னில் நான் வெளிபடுகிறேன்

இப்படிக்கு,

புத்தகம்

கற்பகலெட்சுமி

புன்னகை சிந்துங்கள்

எந்த உணர்வுக்கும்
இல்லா சிறப்பு...
சிரிப்பே உனக்குமட்டும்
எத்தனை மதிப்பு...
உதட்டிலே புன்னகை ஒளிரும்போது
கவலைகள் கூட்டைசேர
மறக்கிறது...
உதட்டிலே புன்னகை
ஒளியும்போது
அழுத்தங்கள் அடைபட்டு வெடிக்கிறது...
வாழ்வை வளமாக்க கேட்டு
வாங்கிவந்த வரம்
சிரிப்பு...
வையகம் எங்கிலும்
மாறா
ஒரேமொழி அந்த
சிரிப்பு...
மழலை சிரிப்பில்
மயங்கா கண்ணுமுண்டோ...
மழையின் சிரிப்பில்
மகிழா மண்ணுமுண்டோ...

மணிகண்டன்

பெண்ணின் மீது கொண்ட காதல்

மதியை போன்று
பிரகாசம் உடையவளே!
உன்னை கண்ட நாள் முதல்
தொலைத்தேன் என்னையே!
குயிலை போன்ற
குரல் கொண்டவளே.
உன் குரலை கேட்கும் பொழுது
என்னையே மறக்கிறேன்.
கருநிறம் அவமானம் அல்ல
அழகு என்று
இவ்வுலகிற்கு உணர்த்தியவளே.
பாலை போன்று வெண்ணிறம் கொண்ட
பற்கள் உடையவளே
உன் புன்னகைக்கு நான் அடிமை.
உன் கண்கள் இரு காவியங்கள்
ஏனெனில்
அதில் தெரிவது
என் தாய் தந்தையின் முகங்கள்.
மொத்தத்தில் உன்னை கண்ட நாளிலிருந்து
என்னையே தேடுகிறேன்
எனக்குள்....

முரளி

பெண்மையின் மனம்

தனி ஒரு தேசம் தேவையில்லை தனிமையே

நீ என்னோடு இருக்கும் வரை..!

தாயின் தாலாட்டு கேட்டும் தூக்கமில்லை,

தந்தையின் வழி நடக்க சற்றும் குழப்பமில்லை,

தலைவனின் தோல் சேர கலக்கமில்லை,

ஆனால் ஏனோ தனிமையின் மீது மட்டும்

தீராத காதல்..!

ஊசி தூரல் சேர்த்த வெள்ளம் போல

ஆனது நான் சேர்த்து வைத்த சோகம்,

அணையாக மாறிய தனிமை,

அடங்க மறுக்கும் கண்ணீர்,

ஆறுதல் தரும் விரல்கள்,

திருப்தியடையா பெண்மையின் மனம்

மஞ்சுளா

மழை

உலகிற்கு உணவளிக்க
உன்னை பார்த்து நின்றனர்...
என் பசி தீர்க்க
உன்னை நோக்கி காத்திருந்தனர்...
சுட்டெரிக்கும் சுடரின்
சூட்டை குறைக்க வேண்டினர்...
தாகத்தை தீர்க்க உன்னிடம்
தாழ்மையுடன் கேட்டனர்...
வலியுடைய கண்ணீர் நிலம் தொட
வர்ண பகவான் உணர்ந்தாரோ...
கரிசல் காட்டை பசுமை நாடாக்க
வறட்சி தாகம் தீர்க்க
விசும்பு கிழித்து விழுந்தன
சேர்த்து வைத்த முத்துக்கள்
மழையாக!!!

நித்யஸ்ரீ

மௌனத்தின் மொழி

காணத் துடிக்கிறேன் என்

காதல் ராணியை

கண்டு ரசிக்கிறேன் அவளின்

முத்து சிரிப்பை

கேட்டு திகைக்கிறேன் அவளின்

இனிமை குரலை

கண்கள் வியர்க்கிறேன் அவளின்

நினைவுகள் ஓங்க

இதயம் நொறுங்கினேன் அவளின் வார்த்தைய உணர

வலிகளை மறக்கிறேன் அவளின்

பார்வை ஒன்றில்

காலணியாய் தேய்கிறேன் அவளின்

காதலனாய் பதவியேற்க

மரணத்தை உடைக்கிறேன் அந்த

மங்கை அழகினை கண்டு

பார்த்தி

மனிதம்

எல்லையில்லா விடுமுறை
எல்லைகளின் காவலோடு..!
அள்ளி புசித்தனவை எல்லாம்
கிள்ளி பசியாற்ற..!
சத்தமாய் சிரித்த
சில்லறைகள் எல்லாம்
மௌனம் சாதிக்க..!
அதிசயமாய் இருந்தது
அத்தியாயமாய் உருவெடுத்தது..!
இங்கு பறப்பவன் எல்லாம் பறக்க
நடப்பவன் மட்டும் மிதிப்பட
உயிருள்ள மனிதன் மடிய
உணர்ச்சியுள்ள மனிதம் எழுந்தது..!
சாயங்கள் கலைந்து
சாமானியன் தழைத்து
மனிதம் கொண்டு மதத்தினைக் கொன்றான்..!
ஐயம் தவிர்த்து ஐக்கியம் கொண்டு
ஓடி ஒடுங்கினான்
ஓய்வில்லா காற்றாடியாய்..!!

    -   மனிதம்(ன்)

பேராச்சி செல்வி

வரமாய் வந்தாய்

என்னவளே

வெளிச்சம் தந்தாய்

பௌர்ணமி நிலவே

தந்தாய்

பெற்ற தாயாக

சந்தோஷம் தந்தாய்

கொட்டும் மழையாக

உன்னை பார்க்க செய்தாய்

வானில் வானவில்லாய்

சிரிப்பை தந்தாய்

மழலை குழந்தையாக

வெறுப்பைத் தந்தாய்

கொளுத்தும் வெயிலாக

வாசம் தந்தாய்

மலர்ந்த ரோஜவாக

உறக்கம் தந்தாய்

மெல்லிய இசையாக

தன்னையே தந்தாய்

என் மனைவியாக

Harsath

வளமான இயற்கை

கால மாற்றத்தில்
கரைந்து போகாத,
காற்று மழை புயலில்
அழிந்து போகாத,
செழிப்பான இயற்கை.

குன்றுகளில்
குன்றாத அழகினைப் பெற்றது,
மரம் செடி கொடிகளில்
மங்காத பூக்களைப் பெற்றது,
புதுமையான இயற்கை.

அருவிகளில்
ஆனந்த நீராடும் மயில்களும்,
சுனைகளில்
சுற்றத்தோடு சுற்றித் திரியும் மான்களும்,
காட்சிக்கு விருந்தான இயற்கை.

இயற்கை இன்றி
இவ்வுலகம் இல்லை,
உலகெங்கும்
வளமான இயற்கை.

கவிஞர் நா.ப. மணிகண்டன்

வள்ளுவமே நம் மறை

"ஒரு வரியில்

வாழ்க்கைநெறி உணர்த்தும்

"பேரறிஞரும் நம் மறையை

போற்றினர்!"

நமக்கு கிடைத்த நல்ல வரம்!

"வள்ளுவம்

என்னும் கற்பக மரம்!

"நீதியை

முதலில் சொன்ன மறைநூல்!"

ஏழு சீரில்

எழுதிவைத்த இலக்கணம்!"

இதை படிப்போர்க்கு

இருக்காது தலைகணம்!"

"வள்ளுவமே நம்மறை!"

"வள்ளுவத்தை அறிந்தோரே

வாழ்வியலை உணர்ந்தோர்!"

மிஜினா

விடுதி நினைவு

கனலாய் திறந்த கதவது - பல
காயங்களை ஆற்றியது... !
கலைகள் நிறைந்த அறையது,
கோபங்கள் நிறைந்தே பிறந்தது... !

கவலைகள் கண்ணீராய்,
கரையொதுங்கும்போது - தோழனின்
கரங்கள் அறைந்தது... !
நெடுந்தூரம் பயணித்த,
பயணத்தில் அன்பால் - அவனின்
கரங்கள் அரவணைத்தது... !

நிஜங்கள் என்றும் நிலைத்தாலும்,
நினைவுகளே நெஞ்சில் நிறைகிறது... !
நிறங்கள் முகங்களில் மாறினாலும்,
கண்ணீரே நெஞ்சில் கனக்கிறது... !

அப்சல் அகமது

அன்னையின் அரவணைப்பு

அன்னிய தேசம் உன்னை அனுப்ப
படாத பாடுபட்டேன் நான் - இன்று
உனக்கு அந்நியமாய் போனேனே...
வறுமையில் வறண்ட போதும்
உன்னை வைராக்கியமாக வளர்த்தேன்
பத்துப் பாத்திரம் நான் தேய்த்தாலும்
உனை பத்திரமாய் தான் வளர்த்தேன்
பாதியில உன் அப்பன் விட்டுப் போனாலும்
உன்னை பாசமாகதான் வளர்த்தேன்
பள்ளிப்படிப்பு நீ படிக்க படாதபாடு பட்டேன்
கல்லு முள்ளு குத்த காட்டு வேலை செஞ்சாலும்
உனை கல்லூரிக்குப் போக வச்சேன்
பாவி மக பகுசா செய்றான்னுஊரெல்லாம் ஏசினாலும்
நீ ஏசியில வாழணும்னு ஆசைப்பட்டேன்
நீ இன்னைக்கு கடல் தாண்டிப் போய்
காலூன்றி நிற்குற....
நான் உன்ன பறிகொடுத்து தடுமாறி நிற்கிறேன் ஐயா...
பாலூட்டி வளர்த்த என் சாமி - எனக்கு
பால் ஊற்ற வருவாயா....
ஈமச்சடங்கு செய்வாயான்னு ஏங்கி நிற்கிறேன்
அன்னிய தேசம் உன்னை அனுப்ப
படாத பாடுபட்டேன் நான் - இன்று
உனக்கு அந்நியமாய் போனேனே...

Jeyaprakash

இப்படியும் காதலிக்க ஆசைதான்

நொடிக்கு நொடி உன்னோட யோசனதான்டி
என்னை கவர்ந்திழுத்தது உன்னுடைய வாசனதான்டி
தொட்டால்சிணுங்கிய போல வெட்கத்தில தலகுனியற
காற்றில் மறையும் புகையாக தானமறையிற
தரையில் காலிருந்தும் ஆகாயத்தில் பறக்கற
ஓரவிழி பார்வைக்கே பலூனாக மிதக்கற
வானொலி பாடலிலும் உன்குரலே கேட்குதடி
உன்அழகுக்கு முன்னால தங்கநிறமும் தோற்குதடி
நீ அருகில் இருந்தாலே அமாவாசையும்
பௌணர்மியாகிறது
வர்ணிக்க வார்த்தையயற்று எழுதுகோலும்
மௌனமாகிறது
காதலுக்கு வாதாட கவிதைகளை வக்கீலாவச்ச
வாய்தா தீர்ந்துப்போக இதயத்தையே அடகாவச்ச
வானத்தில் வட்டமிடும் பருந்து நீதான்டி
உன்பசிக்கு விருந்தாகும் இரைகள் நான்தான்டி
முதல் பார்வையிலே இதயத்த தண்டல்கொடுத்தேன்
மறுபார்வையில் இருஇதயமாக வட்டியுடன்
மீட்டெடுத்தேன்
தீயிலிட்ட சங்கைப்போல நம்காதல் அழியாதடி
பசுமரத்தாணியைப் போல உன்உருவம் மறையாதடி
எண்ணிலடங்கா நட்சத்திரமாக நம்அன்பு பழமையானது
காலங்கள் பலகடந்தாலும் நம்காதல் நிலையானது

இராஜவேல்

இயல்புக்கு வந்துவிட்டேன்

அன்றைக்கு இரவுச் சாமத்தில் கண் திறந்து
கனவு கண்டு கொண்டிருந்தேன்!
நீண்ட நாட்களாக மௌனியாக இருந்த
என் எண்ணங்களுக்கு விமானம் எனக்குத்
தன் இறக்கைகளைக் கட்டிவிட்டது! இருக்காதா!
என்னுடைய முதல் விமானப்பயணம்! விடிந்தால்...
அடகு வைக்கப்பட்ட அம்மாவின் நகைகளிலும்
அப்பாவின் வங்கிக்கணக்கில் துடைக்கப்பட
இருப்பிலும்
வாங்கிய கைவிரல்களில் விலங்கிடப்பட்டுக்
இருக்கப் பிடித்துக்கொண்ட, அச்சிடப்பட்ட
பயணச்சீட்டு!
உறங்காமல் பெயர், முகவரி எல்லாம்
மூச்சு விடும் இடைவெளிகளிலெல்லாம் சரிபார்ப்புகள்!
பறவைகளுக்கு இணையாக நாளை
உலகைக்காணவுள்ளேன்!
நிலத்தைப்போன்று பிரிவினை பார்க்காது
சாதி மதம் நிறம் எவ்விதப் பேதமுமில்லா
வானத்தின் மடியில் காற்று வெளியில் உலவவுள்ளேன்!
உலகமே சிறிதாகும்! யாருக்குத் தெரியும்!
சூரியனுக்கு அருகில் கூட விமானம் செல்லும்!
கொண்டு செல்லும் நீரை அதில் தெளித்துத் சூரியனின்
கோபத்தைச்
சற்றுத் தணிக்கலாம் என்ற திட்டமுள்ளது!
குமட்டுச் சிரிப்புடன் கற்பனைகள் பலவாறு
தோன்றினும்
ஐயம் மட்டும் போகவில்லை! இயல்புக்கு
வந்துவிட்டேன்!
சன்னல் இருக்கை நமக்கு இருக்குமா?

கார்த்திக்

கண்மணி

இனிய காலை வணக்கம் சொல்லுபவர்கள்

மத்தியில் இனிதான காலையாய் மேலும்

இன்பமாக கண்டேன் தங்கமே உன் புது

புகைப்படத்தை புது அழகே உன் புருவங்கள்

புது போதை தந்தது கருந்துளையிருந்து

சிதறிய துகள்கள் உன் கருவிழிகள்

நான் காண மின்சாரம் பாய்ந்து துடித்து

கொண்டிருந்த இதயத்தை துளி கீழே சிந்தாமல்

அழகாய் அறுவை சிகிச்சை செய்யாமல்

எடுத்தது நீச்சல் இதுவரை நான் கற்கவில்லை

உன் அழகு உலகில் ஒரே கடல் உனது கூந்தல்

கடல் அதில் நீந்தி தொலைய நித்தமும் நெனப்பு

கொண்டேன் இரவுகள் கனவில் நீ வர வேண்டி

கனவுகளில் கதவருகில் காத்திருந்தேன்.

சந்தோஷ்

கற்பு

ஆணோ பெண்ணோ எதிர்பாலினத்தவரால் வன்புணர்வு
செய்யப்படுவதால் மட்டும் கற்பு அழிக்கப்படுவதில்லை
தன் துணை தவிர்த்து பிற பெண்களை காம
இச்சைகளோடு காண்பவனின் "கண்கள்" தன் கற்பை
இழக்கிறது
"கனியிருப்ப காய் கவர்ந்தற்றே" என்ற வள்ளுவனின்
வாக்கிற்கிணங்க தீய கொடுஞ்சொற்களால் பிறர்
மனத்தை புண்படுத்தபவனின் "நா" தன் கற்பை
இழக்கிறது
பாலூட்டி சீராட்டி வளர்த்த பெற்றோரை வீதிக்கு
தள்ளுபவனின் "இதயம்" தன் கற்பை இழக்கிறது
உயிராய் பழகியவனை புறங்கூறுவதாலும்
காட்டிக்கொடுப்பதாலும் அவன் கொண்ட "நட்பு" தன்
கற்பை இழக்கிறது
அறிவூட்டி உயர்த்த நினைக்கும் ஆசானை
உதாசீனப்படுத்துவதால் அவனின் "சீடன்" எனும் தகுதி
தன் கற்பை இழக்கிறது
கடன் பெற்று திருப்பித் தர இயலாமல் தலைமறைவு
ஆகுபவனின் "தன்மானம்" தன் கற்பை இழக்கிறது
பணத்திற்காக பிறர் வயிற்றில் அடித்து சம்பாதித்து
குதுகலிப்பவன் பெற்ற "கல்வி" தன் கற்பை இழக்கிறது
தான் பெறும் ஊதியத்திற்கு சமமாய் உழைக்காதவனின்
"பதவி" தன் கற்பை இழக்கிறது
நாகரீக மோகத்தினால் தன் இனம், மொழியின் வரலாறு
அறியாதவனின் "சுயம்" தன் கற்பை இழக்கிறது
கற்பு என்பது உடல்சார் உறுப்பு அல்ல,
நன்னடத்தைசார் ஒழுக்கம் என்பதை உணர்வோம்
மனத்தாலும் நன்னடத்தையாலும் உயர்ந்த மனிதராய்
கற்புடையோராய் திகழ்வோம்

கி.ரா. அபிநயா (பாரதிமகள்)

காதல்

கதை பேசும் ஓவியமே.....
என் காரிருள் கொண்ட கண் விழிகள்
உன் ஓவியத்தின் அழகினை ரசித்திட விரும்புதடி.....
அதை வெளிபடுத்த விரும்பையிலே
என் ஆளுமை அத்தனையும் நடுங்குதடி....
ஓவியமாய் உன்னை வரைந்தவன் எவனோ?
அவனே என்னை அந்த ஓவியபலகை ஆகிர்க்கலாம்
அல்லவோ.....
இதழின் அழகில் இதயமும்
சிணுங்குதடி அதனை ருசித்திட ஏங்கி....
கருமேகமும் பொறாமை கொள்ளும் அந்த
தலைமுடியின் நறுமணமும் நுகராமல் போக
மறுக்குதடி என் நாசி குழியும்..
ஆயிரம் பெண்கள் உண்டு உன் அழகில்!
மதம் கொண்ட என் கொடிய கண்ணுக்கு
ஒரு முகமே என்று உன்னை மறுக்க மறுக்குதடி....
ஆம் உலகில் ஏழு உண்டு என்பார்கள் ஒரு முகமாய்!!
அவர்களை கண்டாலும் ஏற்குமோ என் இழுபறி
இதயம்?
அழகு பெண்கள் அணிவார்கள் அணிகலங்களை.
என் ஓவியமே உன்னை வரைந்த ஓவியன்
அந்த அணிகலனுக்கு அழகு தேடினான் போல!

கோகுல சிரஞ்சீவி

காமப்பசி

பெண் என்பவள் பசி தீர்ப்பவள்தான்
காமப் பசியோ காதல் பசியோ இல்லை
தன் பிள்ளைகளின் வயிற்று பசி தீர்ப்பவள்
ஆடையில் இல்லை ஆபாசம் ஆண் மகனின்
ஆசை பகுதியில் உள்ளது ஆபாசம்
பசித்தால் புலி கூட புல்லை திண்பதில்லை
ஆனால் சில ஆண்புலிகளோ சிறுவயது
சிறுமியை சிதைத்து விடுகின்றன சில நேரக்
காமப்பசிக்காக
சிதைந்து போன சிதைகளும் சிரித்துக்
கொண்டே கேட்டது ஆணிடம் சிதைந்த நானோ
சீர் பெற்று விடுவேன்
சிதைந்த அந்த சிறுமியோ சீர் கெட்டுவிடுவாள்
ஊர் மத்தியில் பேர் கெட்டுவிடுவாள்
தண்ணீரில் குளித்த நான் இப்பொழுது
கண்ணீரில் குளித்துக் கொண்டிருக்கேன்
கெஞ்சிக்கேட்டேன் கேட்கவில்லையா
கத்திக் கேட்டேன் கருணை இல்லையா
அழுது கேட்டேன் அடிமனதில் ஈரம் இல்லையா
நினைத்துப்பார் உன்னைப் பெற்றெடுத்தவளும்
பெண்தான்...

தமிழ்

கிராமம்

எங்கு பார்ப்பினும் பச்சை பசேலென்று
கண்ணுக்கு இனிதான காட்சிகள்
எண்ணிலடங்கா ஓடைகள் குளங்கள் கால்வாய்கள்
ஏற்றத்தாழ்வுடன் ஏராளமாய் வளர்ந்து
வானைத் தொட முயற்சிக்கும் பனைமரங்கள்
அண்ணாந்து பார்க்கும் சிறு சிறு செடி கொடிகள்
வருடங்களைக் கழித்து வளர்ந்து நிற்கும் மரங்கள்
ஏக்கமில்லாமல் தாவிக் குளித்திட ஏரிகள்
இயற்கையான காற்றை சுவாசித்து வாழும்
இயல்பான வாழ்க்கை
அறுவடை செய்த ஆரோக்கியமான உணவுகள்
அருந்துவதற்கு மாசற்ற அருமையான குடிநீர்
வஞ்சகமில்லா நெஞ்சம் படைத்த உள்ளங்கள்
குடும்பம் குடும்பமாய் தனித்து வாழாது
அனைவரும் சேர்ந்து வாழ்வதற்கேற்ப சூழல்
இயற்கை அன்னையின் எண்ணிலடங்கா
அழகைப்பெற்ற
இப்பூஞ்சோலை பிடியாதோர் எவரேனும் உளர்?

சரிதா

திண்ணிய நெஞ்சம் கொள்

தமிப்புற்ற ஆடவள்தனை ஆட்டிவைக்கும், சிந்தை
      கொண்டார் புற்றீசல் குழுவாக இருந்திருவார்
ஒச்சியத்து பாராது ஐயைவள் பெரும்புகழை,
      நரம்பற்ற நாவதுவில் நீதியின்றி ஏசிருவார்!
ஈர்க்கிடையில் அன்புதனை புகுத்தாது, புத்தியற்றோர்
      சாதிமத சாக்கடைதனை கலந்திரவே
      முயன்றிடுவார்
தீங்கிழைப்போர் மனதிடத்தை தெகிட்டாது
எரிபொருளால்
      தீக்கிரையாக்கிடவே திண்ணிய நெஞ்சம் கொள்!

செருக்குற்றோர் சிறுமூளைதனை, பகுத்தறிவு
பாட்டிசைத்து
      பக்குவமாய் பதமாக்கி நல்லறிவு புகுத்திரவே!
ஆரியத்தை புகுத்திங்கு, முக்காலத்து தமிழதனை
      மறைப்போரை, கீழடியால் காலடியில்
      வீழ்த்திரவே!
நலிவுற்றோர் வாழ்வுதனிற் இடுக்கம் புகின்
      ஈடற்ற இல்லறத்தில் இன்பத்தை
      இணைத்திரவே,
இயலாதோர் வேண்டுங்கால் இல்லையென்று
உரைத்திராது,
      வாழ்ந்திரவே திண்ணிய நெஞ்சம் கொள்!

ஞாலமறி ஊடகத்தில் உண்மைதனை மறைக்குங்கால்,
      கடமைதனிற் கனல்கங்குங் கண்ணகியாய்
      வாழ்ந்திரவே!
நற்றமிழில் நாவதுவும் நாட்டியமிட, நல்வாழ்வு
      வாழ்ந்திரவே திண்ணிய நெஞ்சங்கொள்
      மனமே!

கவிஞர்.நிழல். மே.மு.மணிமாறன

நெஞ்சு பொறுக்குதில்லையே

மும்மாரி பொழிந்து,
முப்போகம் விளைந்த மண் மலடாவதை பார்க்க,
நெஞ்சு பொறுக்குதில்லையே!
பாசத்தை உயர்வாய் நினைத்த மக்கள் எல்லாம்,
பணத்தை உயர்வாய் நினைப்பதை பார்க்க,
நெஞ்சு பொறுக்குதில்லையே!
விடுதலை அடைந்தும் வீதிக்கு வீதி சாதி இருப்பதை
பார்க்க,
நெஞ்சு பொறுக்குதில்லையே!
மழலைகள் என்றும் பாராமல்,
மாதர்களை இழிவுபடுத்தும் மனநிலையை பார்க்க,
நெஞ்சு பொறுக்குதில்லையே!
அகிம்சை தான் சிறந்தது எனும் காலம் போய்,
அடக்குமுறையை திணிக்கும் நிலையை பார்க்க,
நெஞ்சு பொறுக்குதில்லையே!
தாய்மொழி தமிழை விட்டு விட்டு,
அந்நிய மொழியை உயர்த்திப் பிடிக்கும் அன்பர்களை
பார்க்க,
நெஞ்சு பொறுக்குதில்லையே!
மனதால் இணைந்த நம்மை,
மதத்தால் பிரிக்க நினைப்பதை பார்த்து,
நெஞ்சு பொறுக்குதில்லையே!
இத்தனையும் தெரிந்தும்,
என்னால் எதுவும் செய்ய இயலவில்லை என்னும் மன
நிலையை நினைத்து,
நெஞ்சு பொறுக்குதில்லையே!
நெஞ்சு பொறுக்குதில்லையே!

ராமர் முருகேசன்

பத்து மாதம் படும் பாடு

பத்துமாதம் ஈருயிர் ஓர் மெய்யில்

சிசுபாசத்துடன் கூடிய சிறைவாசம் அவளுக்கு

பத்து நிமிடம் சேர்ந்ததில் பாவம்

அவளுக்கு மட்டும் பத்துமாதம் தனிமை

காலையில் தொடங்கும் காலை கலக்கம்

மாலை வரை தொடரும் மயக்கம்

இடையில் ஹார்மோன்களின் கண்டபடி இயக்கம்

இருந்தும் அந்த பிஞ்சு கால்களால்

எட்டி உதைக்கையில் பறந்துபோகும் வலிகள்

பிரசவம் நெருங்க தொற்றிக்கொள்ளும் பெரும்பயம்/ல்

சுகப்பிரசமா? சிசேரியனா என்ற பயம்

இருந்தும் பிள்ளை நல்ல படியாக

இந்த உலகிற்கு வந்தால் போதும் என்பாள்

எல்லாம் அம்மா என்ற அந்த

ஒற்றை வார்த்தை காதில் கேட்க

பத்து மாதம் அவள் படும்பாடு

உதய குமாரன்

மகன் தந்தை பரிசு

கருமுதல் உருவரை கண்ணியமாய் வளர்த்த தாய்....
பெறும் முதல் வரமென பேர்தந்து பேணிய தாய்....
குறுகுறுவெனும் மழலை மலர்முகத்தில் மயங்கிய
தாய்....
குருதிதனை அமுதமாக்கி உறுதியுடல் வளர்த்த தாய்....

கிழமைதோறும் சேயின்சேவை வளமையுடன் புரிந்த
தாய்....
இளமைபேறுபெற்ற மகன் வாலைமணம் புரிந்ததால்....
நிலமையென்னும் பசிநெருப்பில் நேரமெல்லாம்
துவண்ட தாய்....
பழமையென்னும் பாழ்பிணியால் தோள்சுருங்கிபோன
தாய்....

விடிந்ததொரு காலை! பாசமகன் கைப்பிடித்து
பயணமானாள் பலதூரம்!
மடிந்தமண பட்டுத்தி மருமகளும் உடன் பயணம்!
கொடியுறவு மறந்து கொடுமுறவு நினைந்தமகன்
8கோடி உறவுகளை பரிசளித்தான் பெற்றவளுக்காக!

மகன் பசி மறைய மறைய பாலமுது கொடுத்த தாய்! -
மரு
மகள் இனி மகிழ என புகுந்தாள் புதுமனை!
முதியோர் இல்லத்தில் முதல் பேத்தியின் முகம் காண
துடிக்கும் காலமே
"மகன் தந்த பரிசு"!

அரகரசுதன்

மரம்

சிறு, கரு விதையை கொண்டு எழுந்தேன்,

மழை மன்னரிடம் வேண்டிய அழுதேன்,- என்

பராமரிக்க யாரும் இல்லை- அடிக்கடி

பறவைகள் வந்து போகும்...

என் வெற்றி சின்னமாய் வெற்றி பூவை அடைந்தேன்,

வெயிலில் காய்ந்தற்கு நல்ல காயை தந்தேன்,

இயற்கையோடு என் இலைகள் உதிர்ந்து,

என் கிளைகள் கிழிந்து

நான் வருத்தமே அடையவில்லை..!

என் தன்னம்பிக்கையால் சிறு விதையிலிருந்து மரம்

ஆனேன்,

மீண்டும் இம்மண்ணிலே மலர்வேன்....

வெளித்தோற்றம் காய்ந்து கிடந்தாலும்,

உள்தோற்றத்தில் ஈரம் உண்டு..!!!

மரங்களுக்கிடையில் தன் மனதை கொட்டம் மனிதர்கள்

ஏராளம்

அவர்களுக்காகவே மீண்டும் மலர்வேன்...!!!

மேனகா தேவன்

73

74